बुद्धिमान तेनालीराम

मंजूषा आमडेकर

हे पुस्तक
माझं आहे.

....

....

मेहता पब्लिशिंग हाऊस

BUDDHIMAN TENALIRAM by Manjusha Amdekar

आदर्श लोककथा / बालसाहित्य

मंजूषा आमडेकर
C/O लीला आमडेकर, B-6 सुहृद सोसायटी, मेहंदळे गॅरेज समोर, एरंडवणे, पुणे ४.

प्रकाशक : सुनील अनिल मेहता
मेहता पब्लिशिंग हाऊस, १९४१, सदाशिव पेठ, माडीवाले कॉलनी, पुणे ३०.
✆ ०२०-२४४७६९२४
E-mail : info@mehtapublishinghouse.com
Website : www.mehtapublishinghouse.com

प्रथमावृत्ती : मार्च, २००८
द्वितीयावृत्ती : ऑगस्ट, २०१४

मुखपृष्ठ व आतील चित्रे : घनश्याम देशमुख

ISBN 978- 81-7766-932-9

अनुक्रम

योग्य वाटणी

ते नालीरामच्या बुद्धिचातुर्याच्या कथा दूरवर पोहोचल्या होत्या. त्यामुळे रोज कोणी ना कोणी तरी त्याचा सल्ला घेण्यासाठी त्याच्याकडे येत असे.

एकदा त्याच्याकडे तीन भाऊ आले. त्यांचे वडील नुकतेच वारले होते. ते गडगंज श्रीमंत होते. मरण्यापूर्वी त्यांनी मृत्युपत्र करून तीनही मुलांसाठी वाटण्या करून ठेवल्या होत्या. त्याप्रमाणे सर्व संपत्तीची विभागणी झाली. फक्त एकच अडचण होती.

ती म्हणजे हत्तींची वाटणी!

हत्ती होते सतरा. वडिलांनी मृत्युपत्रात लिहिलं होतं, ''थोरल्याला एक द्वितीयांश हत्ती मिळावेत. मधल्याला एक तृतीयांश हत्ती, आणि धाकट्याला एक नवमांश हत्ती मिळावेत.'' आता आली का पंचाईत! वडिलांबद्दल कुणाच्याच मनात शंका नव्हती. पण सतरा हत्तींची या प्रकारे वाटणी करणार तरी कशी? कुणाचंच डोकं चालेना. कोणालाच हे कोडं सुटेना. अखेर तेनालीरामचीच मदत घ्यावी असं ठरलं.

तेनालीरामने थोडा विचार केला. मग उद्या तुमच्याकडे येतो म्हणून सांगितलं.

सकाळी उठून तेनालीराम एका हत्तीवर बसून त्या तीन भावांकडे गेला. त्यांना म्हणाला, ''तुम्हाला तुमच्या वाटणीपेक्षा थोडं अधिक मिळालं तर चालेल का?''

आता यावर 'नाही' कोण म्हणणार होतं? आनंदाने तिन्ही भाऊ तयार झाले.

तेनालीरामने एक युक्ती केली. हत्तींची संख्या 'सतरा' ही विषम होती. त्यात त्याने स्वत: आणलेला हत्ती उभा केला. आता हत्तींची संख्या अठरा झाली. मग त्याने त्याचे एक द्वितीयांश म्हणजे निम्मे, म्हणजेच नऊ हत्ती थोरल्या भावाला दिले.

मग उरले नऊ हत्ती. आता अठरापैकी एक तृतीयांश म्हणजे सहा हत्ती मधल्या भावाला दिले. उरले किती? तीन हत्ती. अठरापैकी एक नवमांश म्हणजे दोन हत्ती धाकट्याला दिले.

उरलेला स्वत:चा एक हत्ती घेऊन, त्यावर ऐटीत बसून तेनालीरामची स्वारी गेली की शांतपणे घरी.

निकाल

एकदा एका विलक्षण खटल्याचा निकाल काय द्यावा तेच राजाला कळेना. मग अर्थातच तेनालीरामची मदत घेणं आलं.

तेनालीरामने शांतपणे दोन्ही बाजू ऐकून घेतल्या.

फिर्याद दाखल करणारा म्हणत होता की आरोपीने त्याचा उत्तम घोडा काही कामाकरता मागून घेतला होता. आता तो घोडा परत देत नाहीये. यावर आरोपीचं म्हणणं होतं की त्याला आरोप मान्य आहे.

तेनालीरामने आश्चर्याने विचारलं, ''अरे भल्या माणसा, तुला जर आरोप मान्य आहे, तर तू घोडा परत का करून टाकत नाहीस? भांडत बसायचा प्रश्न येतोच कुठे?''

''अहो, तोच तर खरा प्रश्न आहे ना!'' आरोपी हताश होऊन म्हणाला.

''म्हणजे काय?'' तेनालीरामने विचारलं.

आरोपी म्हणाला, ''अहो मी याचा घोडा नेला खरा. पण एका अपघातात तो

दुर्दैवानं मेला. मी खरं म्हणजे याला दुसरा घोडा घेऊन द्यायला तयार आहे. पण याला त्याचा तोच घोडा परत हवाय. अडूनच बसलाय अगदी हटवादीपणानं. तुम्हीच सांगा आता मी काय करू ते!''

फिर्यादी कळवळून म्हणाला, ''अहो, माझा फार लाडका घोडा होता हो तो.''

तेनालीरामने क्षणभर विचार केला.

मग फिर्यादीच्या हातात कापूर देत म्हणाला, ''बरं असं कर, हा कापूर दोन दिवसांनी असाच्या असा घेऊन माझ्याकडे ये. येताना तुझे परलोकी गेलेले दोन पितरही घेऊन ये.''

फिर्यादी अवाक् होत म्हणाला, ''अहो असं काय बोलताय? कापूर काय? पितर काय? त्यांचा काय संबंध आहे का इथे? कापूर जाईल उडून. तो असाच्या असा परत

कसा येणार? आणि पितरांना आणू कुठून मी? गेलेली माणसं कधी परत येतात का? या दोन्ही गोष्टी शक्य नाहीत.''

तेनालीराम म्हणाला, ''अरे, शक्य न व्हायला काय झालं? तुझा मेलेला घोडा तुला परत मिळवता येत असेल, तर याही दोन्ही गोष्टी तुला सहज शक्य आहेत, नाही का?''

यावर फिर्यादीला काहीच युक्तिवाद करता येईना. त्यामुळे त्याने मुकाट्याने आरोपी देईल ती नुकसान भरपाई मान्य केली आणि निघून गेला.

आरोपीने तेनालीरामचे आभार मानले. राजाने त्याला नेहमीप्रमाणेच शाबासकी दिली.

शेंडीचा बचाव

दिवाळीच्या दिवसांत सारीपाट खेळण्याचा पूर्वी प्रघात होता. एका दिवाळीच्या रात्री महाराज आणि तेनालीराम डाव मांडून बसले होते. चारी बाजूंनी मंडळी डाव बघण्यात रंगून गेली होती.

पण आज कसं कोण जाणे, तेनालीरामवर नशीब रुसलं होतं. दर डावात तो हरतच चालला होता. एकही फासा त्याच्या मनासारखा पडेना.

होता होता रात्र वाढत चालली. सरतेशेवटी राजा म्हणाला, ''तेनाली, आता पुरे झालं. एकतर्फी डावात काही मजा नाही बघ. आता हा शेवटचा डाव. हा जर तू जिंकला नाहीस तर तुझी शेंडी जाईल एवढं लक्षात ठेव. तुला संपूर्ण मुंडण करून घ्यावं लागेल.''

तेनालीरामने ते कबूल केलं. नेमकं व्हायचं तेच झालं. शेवटचा डावही राजाच जिंकला. आता हरल्यामुळे तेनालीरामला शेंडीला मुकावं लागणार होतं.

तेनालीरामवर जळणाऱ्यांच्या पोटात गुदगुल्या व्हायला लागल्या. त्यांना वाटलं, 'बरी खोड मोडली. आता बघतोच फजिती!'

पण शेवटी काही झालं तरी तो तेनालीराम होता! निवांत होता. ठरल्याप्रमाणे मुंडण करायला नाभिक आला. त्याने वस्तरा पाजळून घेतला. आता तो मुंडणाला सुरुवात करणार तेवढ्यात...

''थांबा थांबा,'' तेनालीराम ओरडला, ''महाराज, बरी आठवण झाली. मी या शेंडीच्या तारणावर सावकाराकडून एक हजार सुवर्णमुद्रांचं कर्ज घेतलं आहे. आपण आता शेंडी काढणारच आहात, तर मला एक हजार सुवर्णमुद्रा तरी द्या म्हणजे कर्जातून मोकळा होईन मी.''

हे ऐकून राजाने ताबडतोब त्याला एक हजार सुवर्णमुद्रा दिल्या. राजा नाभिकाला म्हणाला, ''चल, लाग कामाला आता.''

नाभिकाने शेंडीला हात लावताच तेनालीराम पुन्हा ओरडला, ''थांबा थांबा.''

''आता काय तेनालीराम?'' राजा वैतागून म्हणाला.

तेनालीराम दु:खी चेहरा करून म्हणाला, ''महाराज, देवाला एक प्रार्थना करायची होती.''

राजा म्हणाला, ''झटपट उरक.''

तेनालीराम हात जोडून आकाशाकडे बघत मोठ्याने म्हणाला, ''हे ईश्वर, मुंडण नेहमी माता-पिता वारल्यावरच करतात. माझे माता-पिता मागेच स्वर्गवासी झाले. तेव्हा आता महाराजच माझे पालक आहेत. राजा हा प्रजेचा पिताच असतो. माझा हा पिता जिवंत असतानाच मी मुंडण करून घेतलं तर फार अनर्थ होईल. या अशुभ संकटातून महाराजांना वाचवा हो!'' असं नाटकी आवेशात बोलून तेनालीरामने उपरण्याने डोळे पुसले.

राजा एकदम चपापला. क्षणभर धडकीच भरली त्याला. मग स्वत:ला सावरून तो म्हणाला, ''नाभिका थांब. मुंडण करण्याची आवश्यकता नाही. जा तू.''

शेंडी वाचली म्हणून तेनालीराम खूष झाला. पण गंमत पाहायला उत्सुक होऊन बसलेल्या लोकांची घोर निराशा झाली.

राजाने नेहमीप्रमाणेच हसून तेनालीरामच्या बुद्धिचातुर्याला दाद दिली.

धुराचं वजन

एकदा थंडीच्या दिवसांत मंडळी शेकोटी पेटवून गप्पा मारत बसली होती. शेकोटीतून मधेमधे निघणाऱ्या धुराकडे बघत राजा सहज म्हणाला, ''या धुराचं वजन करणं शक्य आहे का?''

सर्व मंडळी गप्प!

अचानक तेनालीराम म्हणाला, ''शक्य आहे महाराज. मी करून दाखवतो.''

राजा कुतूहलानं म्हणाला, ''दाखव पाहू.''

मग तेनालीरामने काही वस्तू मागवल्या. तराजू, मापं, कोळसा, शेगडी वगैरे.

त्याने कोळशाचं वजन करून घेतलं. मग शेगडीत कोळसा पेटवला. त्याचा धूर निघायला लागला.

राजा म्हणाला, ''तेनाली, धूर तर निघून चाललाय.''

तेनाली म्हणाला, ''जाऊ दे ना. तो आपल्याला वजन सांगून जाणार आहे.''

असाच काही वेळ गेला. सगळेजण उत्सुकतेनं पुढे काय होणार याची वाट बघत होते. सगळा कोळसा पेटून संपला.

मग तेनालीरामने शेगडीतली राख तराजूत घातली. त्याचं वजन घेतलं. ते वजन कोळशाच्या वजनातून वजा केलं. मग आलेलं उत्तर राजाला सांगून म्हणाला, ''महाराज, हे घ्या धुराचं वजन.''

अवाक् झालेला राजा म्हणाला, ''तेनालीराम, तुझ्या बुद्धीला तोड नाही बघ.''

अदृश्य मूर्ती

एकदा राजा कृष्णदेवरायाच्या मनात आलं की आपलं नगर इतकं सुंदर झालंय तरी पण काहीतरी कमी आहे असं वाटतं.

खूप विचार करून राजाने असं ठरवलं की आपण नगरात भगवंताचं एक सुंदर मंदीर बांधायचं.

राजाज्ञा सुटली. मंडळी कामाला लागली.

प्रथम एक योग्य अशी जागा शोधण्यात आली. भूमिपूजन झालं. मजूर जमीन खणायला लागले. खणता खणता त्यांना त्यात एका जुन्या मंदिराचे भग्नावशेष मिळाले. राजाला हे कळविण्यात आलं.

राजाला खूप आनंद झाला. मंदिराच्या जागीच मंदीर होणार हा त्याला शुभसंकेत वाटला.

काही दिवसांनी खणताना मजुरांना श्रीभगवंताची एक सोन्याची संपूर्ण मूर्ती मिळाली.

मंदिराच्या कामाची मुख्य जबाबदारी राजाने प्रधानजींवर सोपवली होती. त्यांना ही मूर्ती पाहून हाव सुटली. त्यांनी ही गोष्ट राजापर्यंत पोहोचूच दिली नाही. मजुरांची तोंडं बंद करून ती मूर्ती गुपचुप आपल्या घरी नेऊन ठेवली.

मजुरांची तोंडं बंद केली खरी, पण त्यातला एकजण तेनालीरामचा गुप्तहेर होता. त्याने ही बातमी अलगद तेनालीरामच्या कानावर घातली. तेनालीने त्या मजुराला 'याची कुठेही वाच्यता करू नकोस' म्हणून सांगितलं.

यथावकाश त्या जागी अत्यंत सुंदर देखणं मंदीर उभं राहिलं. तुंगभद्रेच्या किनारी हिरवाईत डौलात उभं असलेले ते भव्य मंदीर बघून नजर खिळून जाई अगदी.

मग राजा मंत्रीमंडळासह मंदीर पाहायला आला. तो खूपच खूष झाला. मग म्हणाला, ''इतक्या सुंदर मंदिरासाठी मूर्तीही तितकीच सुंदर हवी नाही का?''

सगळ्यांनीच दुजोरा दिला. मग बोलत बोलत सगळे दरबारात परत आले. अशी सुंदर मूर्ती कुठून आणावी की घडवून घ्यावी यावर चर्चा सुरू झाली.

तेवढ्यात एक संन्यासी दरबारात येऊन म्हणाला, ''अलख निरंजन!''

राजाने उठून त्याचं स्वागत केलं.

संन्यासी म्हणाला, ''राजन, मूर्ती कुठेही शोधायची गरज नाही. मूर्तीच्या रूपाने श्रीभगवंत स्वतःच नगरीत प्रगटले आहेत. पण सध्या ते अदृश्य रूपानेच आहेत.''

राजा गोंधळून म्हणाला, ''पण महाराज, आम्ही या अदृश्य मूर्तीला कसं शोधावं?''

क्षणभर डोळे बंद करून संन्यासी शांतपणे उभा राहिला. मग म्हणाला, ''राजन, मला मूर्ती आत्ता प्रधानजींच्या घरी कपाटात दिसतेय.''

हे ऐकताच प्रधानजी चपापले. चमकून त्यांच्याकडे पाहणाऱ्या राजाच्या नजरेतून ही गोष्ट सुटली नाही. मनात त्याने ओळखायचं ते ओळखलं. त्याने प्रधानजींना ताबडतोब ती मूर्ती दरबारात हजर करायचा आदेश दिला.

मग संन्याशाला आसन ग्रहण करायला सांगून सेवकांकरवी दूध आणून दिले. संन्याशाने दूध प्यायले. दुधाचा पेला मिशीसकट सेवकाकडे परत दिला. पेल्याला त्याची पांढरी मिशी चिकटली होती.

सगळेजण चकित होऊन बघायला लागले. एका क्षणात सगळ्यांनी तेनालीरामला ओळखलं. सगळेजण खदखदून हसायला लागले. राजालाही हसू आवरेना.

मग काय तेनालीरामही हसत सुटला.

खरं खोटं

विजयनगरमधे एका मंत्र्याला बऱ्याच वर्षांनी मूल झालं. तोही मुलगा! त्यामुळे तो फारच आनंदित झाला. त्याने यानिमित्त जंगी मेजवानी आयोजित केली. सर्वांनाच आमंत्रित केलं.

महाराज कृष्णदेवराय आपल्या मंत्रीमंडळासह जातीनं आशिर्वाद द्यायला आले. ते म्हणाले, ''देवाच्या कृपेनं हा मुलगा आपल्या वडिलांप्रमाणेच पराक्रमी होईल. कुळाचं नाव राखेल.''

यावर तेनालीराम म्हणाला, ''महाराज हा तर वडिलांपेक्षाही जास्त पराक्रम गाजवेल. कुळाचं नाव वाढवेल. मी केवळ त्याच्याकडे बघून हे सांगू शकतो.''

त्यावर राजा हसला. नंतर तो हा प्रसंग विसरूनही गेला.

पण विघ्नसंतोषी माणसांनी मात्र हे सगळं लक्षात ठेवलं.

त्यांनी राजाचे कान फुंकायला सुरूवात केली. ''पाहिलंत महाराज, हा तेनालीराम स्वत:ला समजतो तरी काय? तुम्ही जे बोलाल त्याच्या वरचढ काहीतरी बोलून तो तुमच्यापेक्षा महान आहे असं दाखवत असतो चक्क.''

''हो ना,'' राजगुरू पुस्ती जोडत म्हणाले, ''महाराज, त्याचं असं म्हणणं आहे की एखादी गोष्ट नुसती बघून तो त्याबद्दल अंदाज करू शकतो. तर आपण त्याची परीक्षा का घेत नाही?''

सगळ्यांनी त्यांच्या या बोलण्याला पाठिंबा दिला.

महाराज म्हणाले, ''पण परीक्षा घ्यायची कशी?''

मग सगळ्यांनी मिळून एक बेत आखला. त्या बेताप्रमाणे सोनाराकडून दोन हंड्या बनवून घेण्यात आल्या. त्यातली एक असली सोन्याची होती आणि दुसरी नकली. सोन्याचा नुसता मुलामा दिलेली. त्यांना साखळ्यांनी वर टांगण्यात आलं.

मग तेनालीरामला बोलावून त्याला लांबूनच त्या हंड्या दाखवत राजा म्हणाला, ''तेनाली, यातली अस्सल सोन्याची हंडी कुठली आणि नकली कुठली ते ओळखून दाखव.''

तेनालीरामने काही क्षण त्या दोन्ही हंड्यांचं निरीक्षण केलं. मग ताबडतोब खरं खोटं ओळखून दाखवलं.

राजासकट सगळेच चकित!

राजाने विचारलं, ''कमाल आहे! कसं ओळखलंस तू?''

तो हसत म्हणाला, ''महाराज सोन्याची हंडी वजनानं जड असल्यामुळे स्थिर आहे. पण नकली हंडीचं वजन कमी असल्यामुळे ती साखळीसह वाऱ्यानं किंचित हलत वाकडी होत होती. त्यावरून ओळखलं.''

शेवटी पुन्हा एकदा सगळ्यांना गप्प करून तेनालीरामने बाजीच मारली.

सवय

एकदा कुणीतरी राजा कृष्णदेवरायला एक अत्यंत सुंदर असा पंचरंगी पोपट भेट दिला.

त्या पोपटाचं वैशिष्ट्य असं होतं की तो कानावर पडेल ते बोलायला शिकायचा. हा पोपट राजा-राणीचा अत्यंत आवडता होता. राणी त्याला सतत काहीतरी शिकवत राहायची. तो पोपट गोड आणि चांगलं बोलायचा.

कुणी आलं की म्हणायचा, ''नमस्ते! बोला बोला!'' राजा-राणीला या पोपटाचं फारच कौतुक होतं. त्याचे लाड करण्यात ते इतके गुंगून जायचे की राजाला दरबारात यायला उशीर व्हायला लागला. मंत्रीमंडळ काळजीत पडलं.

एके दिवशी तेनालीराम राजाला भेटायला गेला. तर तेव्हाही राजा-राणी पोपटाशीच बोलत बसले होते. त्यांनी तेनालीरामला बघून पोपटाचं कौतुक सुरू केलं. 'तो किती छान दिसतो, किती गोड बोलतो. पोपट कसा सभ्य, सुसंस्कृत, देवभक्त आहे...'

तेनालीरामने सगळं ऐकून घेतलं. मग म्हणाला, ''महाराज, खरं सांगू का? मला तरी यात काही विशेष दिसत नाही. हा केवळ सवयीचा परिणाम आहे. तुमच्यासारख्या सज्जन आणि सुसंस्कृत माणसांच्या सहवासात राहिल्यामुळे याला चांगलं बोलायची सवय लागली आहे. एवढंच.''

पण त्या दोघांना काही हे पटेना. मग असं ठरलं की तेनालीरामने त्याचं बोलणं सिद्ध करून दाखवावं. त्याचं म्हणणं खरं ठरलं तर राणी त्याला आपला चंद्रहार बक्षीस देईल.

तेनालीरामने बेत सांगितला. एक महिनाभर या पोपटाला गुन्हेगारांना फाशी देण्याचं काम करणाऱ्या माणसाकडे ठेवायचं ठरलं. त्याप्रमाणे तशी व्यवस्था करण्यात आली.

महिन्याभराने त्या पोपटाला राजवाड्यात परत आणण्यात आलं. राजा-राणी आनंदाने आपल्या लाडक्या पोपटाला बघायला धावले. त्याबरोबर तो पोपट चटकन् म्हणाला, ''हे कोण आलं मरायला इथे?''

हे ऐकून राजा-राणी दचकलेच. तेनालीराम तिथे होताच. तो म्हणाला, ''पाहिलंत महाराज? सवयीचा परिणाम?''

राजा-राणीला बोलायला काही सुचेचना. तेवढ्यात तिथे एक वयोवृद्ध मंत्री आले. त्यांना बघून पोपट म्हणाला, ''म्हातारा मरत का नाही?'' तेही बिचारे कावरेबावरे झाले. राजा-राणीला पण लाजल्यासारखं झालं.

त्यांनी तेनालीरामचं म्हणणं मान्य केलं आणि राणीने कबूल केल्याप्रमाणे त्याला चंद्रहार बक्षीस दिला. त्यांनी पिंजऱ्याचं दार उघडून त्या पोपटाला सोडून दिलं.

दुसऱ्या दिवसापासून राजा वेळेवर दरबारात यायला लागला. पुन्हा एकदा तेनालीरामची हुशारी कामाला आली.

स्वातंत्र्य

एकदा एक परदेशी प्रवासी फिरत फिरत विजयनगरला आला. तिथे आल्यावर सगळीकडे फिरून तो दरबारात आला. राजाला नजराणा पेश करून म्हणाला, ''महाराज आपल्या राज्याची कीर्ती आजवर ऐकून होतो. आज प्रत्यक्ष पाहायला मिळालं. आपण खरोखरच महान आहात. आपलं औदार्य, इथलं सौंदर्य, भरभराट, पंडितांची विद्वत्ता सगळं कसं एकाहून एक सरस आहे पण ...''

राजा म्हणाला, ''पण काय?''

प्रवासी म्हणाला, ''पण इथली सर्वांत मौल्यवान वस्तू कोणती?''

राजाने मंत्रीमंडळाला उत्तर द्यायला सांगितलं. कुणी राजाचा खजिना मौल्यवान सांगितला. कुणी राजवाडा म्हणालं. कुणाला ग्रंथालय किमती वाटलं. कुणी राजा स्वत:च मौल्यवान आहे असं म्हटलं.

पण परदेशी माणसाचं काही समाधान होईना. मग राजाने तेनालीरामला खुणावलं.

तेनालीराम म्हणाला. ''महाराज या प्रश्नाचं उत्तर मी पंधरा दिवसांनी देईन. तोपर्यंत आपण पाहुण्यांचा अतिथिगृहात पाहुणचार करू या.''

राजा 'बरं' म्हणाला.

झालं. पाहुणा मजेत राहायला लागला. तेनालीरामने त्याची अशी बडदास्त ठेवली होती की बस्स! खाण्यापिण्याची चंगळ होती. उंची कपडे, दागिने, नृत्य, गायन-वादनाची करमणूक. मजेत होता पाहुणा अगदी.

मग तो मधेच जरा बाहेर आला. तर शिपायांनी चटकन् अडवत म्हटलं, ''माफ करा. आपण बाहेर पडू शकत नाही.'' त्याला नवल वाटलं. पण त्याच्या मनात आलं की आता रात्र पडत चाललीय म्हणून सुरक्षिततेच्या दृष्टीनं म्हणाला असेल रक्षक.

पण कुठलं काय! दुसऱ्या दिवशी तेच. रोज तेच उत्तर ऐकायला मिळालं त्याला. मग मात्र तो वैतागला. इतका आराम असूनही त्याला अन्नपाणी गोड लागेना. बिचारा वाळला. दाढी वाढली. बंदीगृहात असल्यासारखं वाटत होतं त्याला.

पंधरा दिवसांनी त्याला दरबारात आणलं. त्याच्याकडे बघून राजाला धक्काच बसला.

राजा म्हणाला, ‘‘हे काय, आजारी आहात की काय? की आमचा पाहुणचार आवडला नाही तुम्हाला?’’

तो परदेशी रागाने म्हणाला, ‘‘पाहुणचार? त्याला पाहुणचार म्हणता तुम्ही? चक्क तुरुंगात डांबलं होतं मला.’’

राजाने रागावून तेनालीरामला विचारलं, ‘‘तेनाली, हे काय ऐकतोय मी? असं का वागवण्यात आलं पाहुण्यांना?’’

तेनालीराम म्हणाला, ‘‘महाराज, मी तर त्यांची उत्तम बडदास्त ठेवली होती. काय हो महाशय, ठेवली होती की नाही?’’

तो वैतागून म्हणाला, ‘‘बडदास्त ठेवली होतीत हो, पण माझं स्वातंत्र्य मी गमावून बसलो होतो, त्याचं काय?’’

त्यावर टाळी वाजवून हसत तेनालीराम म्हणाला, ‘‘माफ करा महोदय, पण मला हेच आपल्याला दाखवून द्यायचं होतं. आमच्या राज्यात ‘स्वातंत्र्य’ हीच सर्वांत मौल्यवान गोष्ट आहे.’’

आता खरा प्रकार सगळ्यांच्या लक्षात आला.

पाहुणा खूष झाला. तेनालीरामच्या हुशारीची त्याने मनापासून स्तुती केली. तेनालीला हिऱ्याचा एक सुंदर हार त्याने भेट दिला आणि समाधानाने परतीच्या प्रवासाला निघाला.

आपल्या राज्यात तेनालीराम आहे याचा राजा आणि प्रजा यांना सार्थ अभिमान वाटला.

हत्तींचा सांभाळ

एकदा राजा कृष्णदेवरायने खूष होऊन तेनालीरामला पाच हत्ती भेट दिले. आता खरं म्हणजे तेनालीरामची पाच हत्तींना पोसायची ऐपत नक्कीच नव्हती. पण करतो काय? राजानं दिलेली भेट! नाकारायची हिंमत कशी करणार? बिचारा मुकाट्याने हत्तींना घेऊन घरी आला.

इकडे घरी आल्यावर त्या हत्तींना बघून बायको थक्कच झाली. आधी तिला काही सुचलंच नाही.

मग मात्र वैतागून म्हणाली, ''अहो काय हे? असे कसे हत्ती घेऊन आलात? यांना आता खायला काय घालायचं? त्यापेक्षा गाई तरी मागून घ्यायच्या. त्यांचं दूधदुभतं घरात उपयोगी पडलं असतं.''

तेनालीरामला हे पटलं. पण आता हत्तींच्या बदल्यात गाई मागून घ्यायच्या कशा?

हां... सुचली एक युक्ती. तेनालीरामने त्या हत्तींच्या कपाळावर देवाची मोहोर लावली. ते हत्ती सरळ मोकाट सोडून दिले गावात.

मग काय? ते हत्ती गावात इकडे तिकडे फिरायचे. कुणी काही दिलं खायला तर खायचे. पण त्यांची पोटं काही भरेनात. हळूहळू ते बारीक व्हायला लागले.

होता होता एक दिवस कुणीतरी राजाकडे जाऊन याबद्दल तक्रार केली.

राजाला राग आला. त्याने ताबडतोब तेनालीरामला बोलावून घेतलं. राजा कडाडला, ''तेनालीराम तुझी हिंमत कशी झाली? आम्ही दिलेले हत्ती तू मोकाट सोडून दिलेस? खास आमच्या पिलखान्यातले उत्तम हत्ती तुला दिले होते. तू त्यांची काय अवस्था करून टाकलीस?''

तेनालीराम वाकून म्हणाला, ''महाराज क्षमा करावी. आपण फारच उदार आहात. पण एवढं मोठं दान घेण्याची माझीच योग्यता नाही. मी एक साधासुधा गरीब ब्राह्मण. मी या राजहत्तींना खायला कुठून घालणार? म्हणून त्यांना मी मोकळं सोडलं. कुठून तरी का होईना, त्यांचं पोट भरावं हाच हेतू होता. खरं सांगू महाराज, हत्तींऐवजी मला पाच गाई मिळाल्या असत्या तर, मी त्यांची उत्तम देखभाल केली असती. माझी मुलं दूध-तूप खाऊन तृप्त झाली असती.''

हे ऐकून राजा हसला. आपली चूक त्याच्या लक्षात आली. त्याने ते हत्ती आपल्या पिलखान्यात परत आणवले. तेनालीरामला हत्तींऐवजी दुभत्या गाई भेट दिल्या. तेनालीराम आनंदाने घरी गेला.

तेनालीरामच्या प्रामाणिकपणाचं आणि हुशारीचं पुन्हा एकदा राजाला कौतुक वाटलं.

खरा मूर्तिकार

एकदा एक मूर्तिकार विजयनगरमधे आला. तो फार सुंदर मूर्ती बनवायचा. त्या इतक्या जिवंत वाटायच्या की खरं-खोटं फरक करणं अशक्य व्हायचं.

साहजिकच त्याचं खूप नाव झालं होतं. अनेक बक्षिसं आणि स्तुती मिळवून झाली होती. पण अजूनही मोठेपणा मिरवायची त्याची खुमखुमी जिरली नव्हती.

तो मुद्दामच विजयनगरला आला होता. या राजाच्या दरबारातले विद्वान खूप प्रसिद्ध होते. त्यांना खोटं पाडून स्वत:ची फुशारकी मारण्यात त्याला जास्त रस होता.

त्याने हुबेहूब स्वत:सारख्या दिसणाऱ्या नऊ मूर्ती तयार केल्या. मग त्यात स्वत:ही जाऊन उभा राहिला. आता लोकांनी मूर्तिकाराला त्यातून शोधून दाखवावे असे त्याने आव्हान दिले होते.

मग दरबारातील सर्वांनी जाऊन प्रयत्न करून बघितला. खुद्द राजानेही जवळ जाऊन नीट निरीक्षण केलं. पण कुणालाच खरं-खोटं असा फरक सांगता आला नाही.

इतका वेळ शांतपणे निरीक्षण करत असलेला तेनालीराम पुढे आला. मग तो एकेका मूर्तीपुढे जाऊन नीट बघून शेरे मारायला लागला.

‘अहाहा ! काय पण ध्यान आहे! वा रे वा!’, ‘अरेच्या ! या मूर्तीचं नाक असं वाकडं का आहे?’, ‘हिचे तर पायच फेंगडे दिसतायत.’, ‘कमाल झाली बुवा! इतक्या भोंगळ मूर्ती बनवणाऱ्या मूर्तिकाराची इतकी प्रशंसा लोक का करतात तेच मला कळत नाही.’ अशी बडबड करत तेनालीराम एकेका मूर्तीपुढून जात होता.

अचानक एका मूर्तीजवळ थांबून तो म्हणाला, ‘‘महाराज हा बघा मूर्तिकार.’’

सगळे चकित झाले. मूर्तिकारही थक्क होऊन पुढे येत म्हणाला, ‘‘धन्य आहे तुमची तेनालीराम. कसं ओळखलं तुम्ही?’’

तेनालीराम म्हणाला, ‘‘मी जेव्हा मूर्तींना नावं ठेवायला लागलो तेव्हा तुमचे डोळे लाल झाले आणि नाक रागानं फुगलं.’’

राजाने मूर्तिकाराचा यथोचित सत्कार केला.

तेनालीरामच्या निरीक्षणाचं राजाने सर्वांसमोर खास कौतुक केलं.